கண்ணடக்கம்

கலைஞர் மு. கருணாநிதி

Title: Kannadakkam

Author: M. Karunanidhi

Language: Tamil

First Published on: 1957

Year of Publication: 2024

Book Format: Paperback

*Page Size: 6inch * 9inch*

Category: Fiction

Subject: Short Stories

No. of pages: 46

ISBN: 978-81-984438-1-6

Published by: Nilan Publishers, Madurai, Tamilnadu, India

பொருளடக்கம்

குறிப்புகளுக்காக

கண்ணடக்கம்

பக்தன் ஒருவன் பதைக்கப் பதைக்க ஓடினான். அவன் கால்கள் தடுமாறின. வியர்வையால் மேனி குளமாயிற்று தலைமுடி அலங்கோலமாய் விரிந்து காற்றில் பறந்தது. நெற்றியிலே பூசியிருந்த திருநீறும், அதன் மேல் வைத்திருந்த அகலமான குங்குமப் பொட்டுங் கூட வியர்வையிலே கரைந்து ரத்தமும் சீழும் போல அவன் கன்னங்களில் வழிந்து கொண்டிருந்தன. புரையோடி விட்ட புண்ணிலிருந்து கிளம்பிய துர்நாற்ற அருவிபோல் இருந்தது அந்தப் பக்தனின் முகக்காட்சி. தேவீ, தேவீ! காளிகா தேவீ!! என்று அலறல் வேறு.

நல்ல இருட்டு. கரைபுரண்டோடும் ஆற்று வெள்ளம். அதன்மீது ஒரு மூங்கில் பாலம். அதிலே நிதானமின்றிப் பக்தன் ஓடினான். கரையோரத்துச் சுடலையிலே எரிந்துகொண்டிருந்த ஒரு பிணத்தை ஆற்றுத் தண்ணீர் இழுத்துக்கொண்டு வருகிறது. அதைப் பக்தன் பார்த்தான். "லோக மாதா" என அலறிக் கொண்டே திரும்பினான். தீவட்டிகளோடு நாலைந்துபேர் வந்து கொண்டிருந்தனர். ஒருவன் கையிலே கொள்ளிச்சட்டி, பிணந்தூக்கிக்கொண்டு வந்தார்கள். இது ஆற்றிலே மிதக்கும் ஈரப்பிணமல்ல, புதிய பிணம். மூங்கில் பாலத்தில் பக்தன் நின்றான். ஒரே அமைதி. புதிய பிணம் எரிய ஆரம்பித்தது. அதன் சொந்தக்காரர்கள் பிரிந்து விட்டார்கள். இனி இது நெருப்புக்கோ, அல்லது ஆற்றில் தெரியும் வாளை மீனுக்கோ சொந்தம்.

காலையில் சொந்தக்காரர்கள் உயிரோடிருந்தால் எலும்பு அள்ளிக் கொட்ட அங்கே வருவார்கள். அதற்குள் ஆறு அந்த வேலையைச் செய்தாலும் செய்துவிடும். பெருமூச்சு விட்டபடி மீண்டும் ஓட்டப் பயணத்தைத் தொடர்ந்தான்

பக்தன். எதிரே சில தீவட்டிகள். பாடையல்ல! நீண்ட கழியில் ஒரு துணி ஏணை; அதிலே ஒரு குழந்தை விழிக்காத நித்திரை. கொள்ளிச் சட்டி கிடையாது. மண்வெட்டிகள் தூக்கி வந்தார்கள் சிலர். புதைக்கும் பிணம் போலும்! பக்தன் முன்னிலும் பன்மடங்கு வேகமாக ஓட ஆரம்பித்தான். காலிலே கருவேல முட்கள் தைத்துக் கொண்டன. அதையும் அவன் கவனிக்கவில்லை. கரையோரமுள்ள தாழை மடல்களில் அவன் முகம் உராய்ந்தது. அதையும் அவன் கவனிக்கவில்லை. பழனிக்குப் பால் காவடி எடுப்பவனின் உடலிலே காணப்படும் அலகுகள் போலச் சிலாகைகள் போன்று அவன் உடலெங்கும் முட்கள் நீட்டிக்கொண்டிருந்தன. எதிரேயுள்ள பாழுங் கிணற்றை எப்படித்தான் தாண்டினானோ தெரியாது. பார்ப்பதற்கே பயங்கரத் தோற்றமளிக்கும் பாவாடைராயன், காத்தவராயன் கோயில்களை எப்படித்தான் கடந்தானோ அவனுக்கே தெரியாது! ஊர்க்கோடிக்கு வந்து சேர்ந்தான். அதோ ஒரு கோயில், சுற்றிலும் காடு. உள்ளே அந்த ஆலயம்! அம்மா “தாயே!'' எனக் கத்தினான். ஆவேசம் வந்ததுபோல் ஓடினான். கதவு பூட்டியிருந்தது. மதிற்சுவரின் மீது தாவினான். அடுத்த பக்கம் குதித்தான்! எதிரே காளிகா தேவியின் உக்கிரமான உருவம். உறுமும் சிங்கம் – உதிரம் கொட்டும் தலை எல்லாம் சிலை வடிவில்தான்! அதனால் பக்தன் அச்சமின்றி அம்மையின் அருகே சென்றான். “பத்ரகாளி மகாதேவி!! மகிஷாசுரமர்த்தினி'' என்று கூவினான்.

“யார் அது?'' காளி கேட்டாள்.

“என்னைத் தெரியவில்லையா'' என்று கதறினான் பக்தன்.

“தெரியவில்லை. சொல்!''

“நான்தான் உன் பக்தன் – காளிதாசன்.''

“எந்தக் காளிதாசன்? நாக்கிலே எழுதி நாவலனாக ஆக்கினேனே; அந்தக் காளிதாசனா?

“இல்லை தாயே... நான் அவனில்லை!நான் இயற்கையிலேயே கொஞ்சம் புத்திசாலி! ஆனாலும் உன் பக்தன்!

“சரி போகட்டும் – பக்தா! என்ன வேண்டும் உனக்கு?’’

“என்ன தாயே இப்படிக் கேட்கிறாய்? ஊரிலே சூறை நடக்கிறதே உனக்குத் தெரியாதா?’’

“சூறையா?’’

“ஆமாம் தேவி! கொள்ளை கொள்ளையாக மக்கள் சாகிறார்கள். கொடுமையான வாந்திபேதி! கொடிய விஷக்காய்ச்சல்! பிளேக்காம்; புதுவித இங்கிலீஷ் வியாதி! காமாலை!... அய்யய்யோ சொல்லத்தரமல்ல தாயே கூடை கூடையாகக் குழந்தை பிணம்; பாடை பாடையாகப் பெரிய பிணம்!’’

“அய்யோ?... அப்படியா? எனக்குத் தெரியாதே!’’

“உண்மைதான் அம்மா உண்மைதான்! உன் மக்கள் அனைவரும் இன்னும் ஓரிரு நாட்களில் ஒழிந்துவிடுவார்கள்!’’

“பக்தா! நான் ஒன்று சொல்லுகிறேன், கேட்கிறாயா?’’

“ஆயிரம் சொல் அம்மையே!’’

"கொடிய நோயினால் அழிந்துவிட்ட குடும்பங்களில் மிச்சமிருப்பவர்களிடம் என்னுடைய ஆழ்ந்த அனுதாபத்தைச் சொல்!''

"அனுதாபத்தைக் கேட்க அடியேன் வரவில்லை சக்தீ? அபயங் கேட்க வந்திருக்கிறேன். மாளுகின்ற மக்களை மீட்பதற்கு மாதாவிடம் முறையிட வந்திருக்கிறேன். இங்கு நான் வந்து விட்டேன். இந்நேரம் எத்தனை ஜில்லிட்ட உடல்களோ? கணக்குத் தெரியவில்லை! சுடலைக்கு ஓய்வு இல்லை. நெருப்புக்குச் சரியான தீனி! எழுந்தருளுவாய் என் அம்மையே!''

"இயலாது அப்பனே! இயலாது! என்னை மன்னித்துவிடு, பக்தா, போய்வா!''

"மன்னிப்பதா? நானா? அகிலாண்டேஸ்வரியை இந்தப் புல்லன் மன்னிப்பதா? மண்டியிடுகிறேன்; என்ன கோபம் இருந்தாலும் மறந்துவிட்டுப் புறப்படு; பராசக்தி!''

"புலம்பினாலும் அழுதாலும் புண்ணியமில்லை!''

"ஏன் காளி- ஏன் துஷ்டர்களை அழித்துத் தூயவர்களைக் காப்பாற்றும் அருள்விழி பெற்றவளே அனந்த நாயகீ! கருணை பொழியும் உன் கண்களைத் திறந்து, கதியற்றுச் சாகும் அபலைகளை, அனாதைகளை உன் திருப்புதல்வர்களைக் காப்பாற்ற ஏனம்மா தயக்கம்?''

"கருணை பொழியும் கண்கள் எனக்கு இப்போதில்லையடா மகனே!''

பக்தனின் மெய் நடுங்கிற்று, குரல் கம்மிற்று. கனைத்துக் கொண்டான் பீதியோடு! காளியை நிமிர்ந்து பார்த்தான். கர்ச்சித்தான்!

“கருணைக் கண் இல்லையா? காளியா நீ? அல்லது கன்னியா? பிணக்கொலு கண்டு பெரு மகிழ்வு கொள்ளும் பேய்க்கும் உனக்கும் என்ன வேறுபாடு? எருமையை வதைத்தாய் – சிங்கத்தை அடக்கினாய் – மமதையாளன் சிரசை நறுக்கினாய் – அப்போதெல்லாம் உன் கண்களிலே கனல் உண்டு! மற்ற வேலைகளில் அன்புப் புனல்தானே உண்டு! அப்படித்தானே கேள்விப்பட்டிருக்கிறேன். உன்னைப்பற்றி! நீ என்னை ஏமாற்றத்தானே பார்க்கிறாய்? உன் பிள்ளைகளின் உயிர்கள் பொல பொலவென உதிரும்போது உனக்கு இந்தக் காட்டோரத்துப் “பங்களா”விலே ஓய்வு பெறும் வேலையா? மிக நன்றாயிருக்கிறதம்மா தாய்ப்பாசம்!”

“மகனே! என்னதான் நீ திட்டினாலும், தீப்பொறி பறக்க வசை புராணம் பாடினாலும் என்னிடமிருந்து கருணையை எதிர்பார்க்க முடியாது! காளிதாசனைக் காளமேகத்தைக் கவிதை பாடச் செய்த காளியல்லடா நான் – இப்போது. நான் இப்போ கருணையற்றவள்! என் கண்களிலே அன்பின் ஒளி கிடையாது!”

இதைச் சொல்லும்போது காளியின் தொண்டை கரகரத்தது. அழுகுரல் கேட்டது. விம்மும் ஒலி பக்தனின் காதைக் குடைந்தது. பக்தன் பதறினான்.

“ஏன் தேவி அழுகிறாய்? என்ன நடந்தது?”

“உன்னைப் போல ஒரு பக்தன் செய்த வேலைதானடா எல்லாம்!”

“என்ன செய்தான்? எந்தப் பக்தன் பாதகம் புரிந்தான். பார்வதி தேவியார் அழவேண்டிய கட்டத்தைச் சிருஷ்டித்தவன் யார்? பத்மாசனி! சொல்லம்மா!”

“கேள் கவனமாக! உலகத்து மக்களையெல்லாம் ஒருசேரச் காப்பாற்றும் திறனும் திறமையும் பெற்றவள் தான் நான்! அதுபோலக் காப்பாற்றியும் வந்தேன். இப்போது ஊரிலே நடப்பதாக வர்ணித்தாயே பயங்கரச் சாவும், அதற்குக் காரணமான நோய்களும், அவை எல்லாம் என் பார்வை பட்ட மாத்திரத்தில் பஞ்சாய்ப் பறக்கும். பரமசிவனாரின் நெற்றிக் கண்ணுக்குமில்லாத சக்தி என் நேத்திரங்களுக்கு உண்டு என்று அவரே கூறிடுவார் என்னை அணைத்திடும்போது! அநீதியை அழிக்கும் அக்கினியும் உண்டு.! அனாதைகளை ரட்சிக்கும் அருள் நோக்கும் உண்டு என் திருவிழிகளுக்கு! அந்தப் பதியைப் பாழ்படுத்தி விட்டானப்பா ஒரு பரம பாதகன்!’’

“எப்படித் தாயே எப்படி பக்தன் பதறினான் மறுபடியும்.’’

“குறுக்கிடாமல் கேள் – மகனே! ஒரு பக்தன் – பணக்காரன் அவனுக்கு ஒரு குழந்தை. அந்தக் குழுந்தையின் கண்ணிலே ஏதோ சிறு கோளாறு! எனக்குப் பிரார்த்தனை செய்து கொண்டான். குழந்தையின் கண் வரவரக் கெட அரம்பித்தது. மருத்துவர்கள் மருந்து பச்சிலைகள் மூலம் சிகிச்சை ஆரம்பித்தனர். குழந்தைக்கு கண்கள் சுகம் பெறத் தொடங்கின. அப்போது பக்தன் எனக்கு வேண்டுதல் விடுவதாகப் பிரார்த்தனை செய்து கொண்டான். அதன்படி கண்ணடக்கம் செய்து வைப்பதாக வேண்டிக் கொண்டான். “கண்ணடக்கம்’’ என்றால் உனக்குத் தெரியுமல்லவா?’’

“ஆமாம் தேவி! தங்கத்தாலோ வெள்ளியாலோ கண் போல செய்து விக்ரகத்தின் விழிகளிலே பதிப்பது என்று சொல்வார்கள் நான் பார்த்ததில்லை.’’

“பார்த்ததில்லையா? இதோ என் கண்ணில் பதிந்திருப்பதைப் பார்! இதுதான் கண்ணடக்கம்! அந்தப் பக்தன் செய்த பிரார்த்தனை.''

“அதற்கும் நான் வந்த காரியத்திற்கும் தொடர்பு என்ன தாயே!''

''முட்டாளே! இன்னும் புரியவில்லையா? கருணை காட்டிக் காப்பாற்றும் சக்தி பெற்ற என் விழிகளைத்தான் வெள்ளிக் கண்ணடக்கம் என்ற மூடி போட்டு அடைத்து விட்டானே; நான் எப்படியடா வெளியிலே கிளம்புவது? – கண் கட்டப்பட்ட எனக்குக் கதி ஏதடா? அடைபட்ட கண்ணிலேயிருந்து அருள் எப்படியடா கிளம்பும்?''

“பக்தனல்ல அவன்; பாதகன்! தாயே! அவன்தான் அக்கிரமம் செய்தான் என்றால், நீயாவது உடனே இந்த வெள்ளி மூடியை அகற்றியிருக்கக்கூடாதா?''

“அகற்றுவதா? பக்தன் செலுத்திய காணிக்கையப்பா இது! அகற்றுவது ஆகுமா? தகாது தகாது!''

“பக்தன் அளித்ததை நீ அகற்றுவது தகாது! இதோ நான் அகற்றுகிறேன். உன் கண் திறக்கட்டும், கருணை பொழியட்டும்.! ஊரார் வாழட்டும்! உன் உலா நடைபெறட்டும்!!'' என்று ஆவேசமாகப் பக்தன் பாய்ந்தான். காளியின் கண்களில் பதிக்கப்பட்டிருந்த வெள்ளிக் கண்ணடக்கத்தைப் பிடுங்கி எறிந்தான்.

காளியின் கண்களைப் பக்தன் உற்றுப் பார்த்தான்.

“இப்போது என்னைத் தெரிகிறதா தாயே?''

“தெரிகிறது – என்மீது பிரியமுள்ள முட்டாள் என்று!''

“என்னம்மா மீண்டும் பழி சுமத்துகிறாய்? நன்றி காட்டு தாயே எனக்கு! நமனுலகு செல்லும் மக்களை மீட்க அன்பு மழை கொட்டும் விழிகளைத் திறந்திருக்கிறேன் நான்!’’

“விழிகளைத் திறந்தாய்; ஆனால் ஒளி தர உன்னால் இயலாது! பத்து வருடமாக மூடிக்கிடந்ததால் தூர்ந்துவிட்ட கிணறு போல ஆகிவிட்டதப்பா என் கண்கள்! ஓர் ஆண்டா, இரு ஆண்டுகளா? பத்து ஆண்டுகள் அல்லவா இந்தக் கண்ணடக்கம் என் விழியை மறைத்துக் கொண்டிருக்கிறது! இனி என் கண்களுக்கு ஒளி தர அந்த ஒளியிலே கருணை ததும்பச் செய்ய யாராலும் முடியாது! தயவு செய்து போய்விடு!’’ காளி அழுகுரலோடு ஆத்திரமாகப் பேசினாள்.

பக்தன் சற்று நேரம் நின்றான். – காளியைப் பார்த்து ஏளனமாகச் சிரித்தான். நெற்றியிலே மிச்சம் மீதி ஒட்டிக் கொண்டிருந்த குங்குமம் திருநீறு ஆகியவற்றை நன்றாக அழித்து நெற்றியைத் தூய்மைப்படுத்திக்கொண்டான். கோயிலிலிருந்து விடுபட்டு ஊரை நோக்கி ஓடினான்.

எதிரே, இரண்டு மூன்று கார்களில் டாக்டர்களும் அவர்கட்கு உதவியாளர்களும் வந்திறங்கினார்கள். ஊர் மக்கள் அனைவருக்கும் நோய்த் தடுப்பு ஊசிகள் அவசரமாகக் குத்தப்பட்டன. ஊருக்குத் தேவையான உடனடியாகச் செய்ய வேண்டிய சுகாதார வேலைகளை இரவோடு இரவாக டாக்டர்கள் செய்யத் தொடங்கினர். பக்தனும் அந்தப் பணியில் முன்னின்றான்.

திடீரென விழித்துக்கொண்டேன். கண் வைத்திய சாலையில் இரண்டு கண்களும் கட்டப்பட்ட நிலையில் படுத்திருப்பதை உணர்ந்தேன். எனக்குச் செய்ததுபோல எத்தனை ஆபரேஷன் செய்தாலும் அந்தக் காளிக்குக் கண் திறக்காது என்பதை

எனக்கு நானே எண்ணிக்கொண்டு சிரித்துக்கொண்டேன்;
அந்த வேதனையான வேளையிலும்!

நெருப்பு

நண்பர்கள் எனப்படுவோர், இன்பத்தில் பங்கு பெற்றுத் துன்பத்தில் துயர் துடைக்கும் துணைவர்கள்! ஆனால் எனக்கு வாய்த்த நண்பர்களில் சிலரோ என்னோடு மிக அதிகமாகப் பழகிவிட்டு-இப்போது என்னைத் தணலில் போட்டு வாட்டுகிறார்கள், 'வதக்கு'கிறார்கள். சாதாரணப் பிரச்சனைகளை யெல்லாம் பெரிதாக்கிக் கடுகை மலையாக்கி...அப்பப்பா ; அவர்கள் என்னைச் சித்ரவதை செய்வது சகிக்கவில்லை. அவர்களை என்னால் வெறுத்து ஒதுக்கிவிட முடியவில்லை. காரணம்; அந்த அளவுக்கு அவர்களிடம் பற்றும் பாசமும் கொண்டு விட்டேன். அந்தப் பற்று, பாசம் என்ற அடிப்படையையே சில நேரம் தகர்த்துவிட முனைகிறார்கள் ; என் நண்பர்கள்! என் சிந்தனை ஓட்டத்திற்கேகூட சில சமயம் தடையாக நின்று கொண்டு, மிக அலட்சியத்தோடு என் வேதனையைக் கவனிக்கிறார்கள். தாங்கள் செய்யும் தவறுகளை மறந்து விட்டுத், தங்களை யொருமுறை திரும்பிப் பார்த்துக்கொள்ள மறுத்துவிட்டு, என் இருதயத்தை மிதித்துத் துவைக்கிறார்கள். என்றென் றும் என் இருதயக் கோயிலிலே அவர்கள் அழியாத சிற்பங்களாக இருப்பார்கள் என்று கனவு கண்டு கொண்டிருக்கும் போது; அந்தச் சிற்பங்களே வெடித்து மூளியாகி விட்டால்... பிறகு எனக்கு ஏது நிம்மதி...எனக்கு நிச்சயமாகத் தெரிகிறது; நான் தவறு செய்யவில்லையென்று! பெருமளவுக்கு அவர்களுக்கு விட்டுக் கொடுத்து நடந்திருக்கிறேன் என்பதையும் அவர்கள் அறிவார்கள் !

அவர்களுக்காக நான் சந்தித்த ‘பகை’யின் வகைகள் எத்தனை யென்பதும் அவர்கள் அறியாததல்ல! ஆனாலும் என்னை அழவிடுகிறார்கள் ; ஏனோ தெரியவில்லை... இந்தக் கடுமையான தண்டனை எனக்கு!

'நண்பன்' என்ற கதைப்புத்தகத்தைப் படித்து முடித்த அருள், மேற்கண்ட வாசகங்களை மட்டும் திருப்பித் திருப்பிப் படித்துக் கொண்டு, தனது ரயில் பயணத்தை நடத்தினான்; மூன்றாம் வகுப்பில் இருந்தவாறு! சென்னையிலிருந்து மாயவரம் நோக்கி வரும். ரயிலில்... நல்ல இருளில்...அவன் பிரயாணம் செய்து கொண்டிருந்தான்.

'நண்பன்' புத்தகத்தை சென்னையில் அவன் வாங்கும் போதே...அவன் மனக்கண் முன்னே பூபதி நின்றுகொண்டு அலட்சியமாக சிரித்தான். கலங்கிய கண்களைத் துடைத்த வாறு, புத்தகத்தை வாங்கி எடுத்துக்கொண்டு ரயிலில் ஏறி உட்கார்ந்ததும் படிக்க ஆரம்பித்தான். படித்து முடிந்துங் கூட திருப்பித் திருப்பிப் பல இடங்களை அவன் மனப்பாடம் செய்துகொள்ள முனைந்தான்.

"என்னை அழவிடுகிறார்கள்; ஏனோ தெரியவில்லை; இந்தக் கடுமையான தண்டனை எனக்கு?"

இந்த வாக்கியத்தைப் படிக்கின்ற ஒவ்வொரு முறையும் அவன் மேனி புல்லரித்தது. ரோமக்கால்கள் எழுந்து நின்றன. சிலிர்த்த உடலை அமைதிப் படுத்திக்கொண்டு சிந்தனையை ஓடவிட்டான்.

பத்துப் பன்னிரெண்டு ஆண்டுகளுக்கு முன், அருளும் பூபதியும் சிதம்பரம் கல்லூரியில் மாணவத் தோழர்கள். தில்லையை அடுத்த வல்லம் படுகைதான் அருளின் சொந்த ஊர். வல்லம் படுகையை அடுத்த கொள்ளிடம் கிராமம். தான் பூபதியின் சொந்த ஊர்.

பூபதி- பெயருக்கேற்ப பணக்கார வீட்டுச் செல்லப் பிள்ளை. அருள்; அன்பு வடிவினன். நட்புக்கோர் இலக்கணம்.

கல்லூரித்தொடர்பு அருளையும் பூபதியையும் ஆருயிர்த் தோழர்களாக்கியது. அருளைத் தனியே கண்டவர்கள், "பூபதி

எங்கே;' எனக் கேட்பதும், பூபதியைக் காண்பவர்கள், " அருள் நலந்தானே?" என்று கேட்பதும் வழக்கமாகிவிட்டது. அந்த அளவுக்கு அவர்களின் நட்பும் வளர்ந்தது. வசதி வாய்ப்புக்களைப் பெருக்கிக் கொள்ளத் தான் அருள், பூபதியை அண்டிக் கிடக்கிறான் என்ற சொல் வந்துவிடக் கூடாதே என்பதற்காக அருள் மிக எச்சரிக்கையாக இருந்து கொண்டான். படிப்பதற்குப் பணமில்லாமல் கடைசியாக மிஞ்சியிருந்த சில ஏக்கர் நிலங்களையும் தந்தை விற்றுவிட முடிவு கட்டிய வேளையில்கூட அருள், பூபதியிடம் அந்தச் செய்தியை வெளியிடவில்லை. அப்படி விற்கப்பட்ட நிலத்திலேயிருந்து கிடைத்த பணத்தில் ஒரு நூறு ரூபாயை பூபதிக்கு அவசரக் கடனாகக் கொடுத்து-பிறகு அவன் திருப்பித் தந்தபோது வாங்கிக் கொண்டான். எந்த நேரத்திலும் எதையாவதுபற்றிச் சிந்தித்துக் கொண்டிருப்பதும்... புத்தர் காந்தி, சாக்ரடீஸ் போன்ற பெரியவர்களின் அற வாழ்வைப்பற்றி ஆராய்ச்சிகள் நடத்திக்கொண்டிருப்பதும் அருளின் வாடிக்கையாக இருப்பது பூபதிக்குப் பிடிக்கவில்லை யென்றாலும் எப்படியோ ஒரு பாசம் அவர்களை நண்பர்களாகக் கட்டிப் போட்டு வைத்திருந்தது.

அருள் விரும்பு கின்ற நிறம் ஆகாயத்தின் நீலமென்றால், பூபதி விரும்புகின்ற நிறம் எலுமிச்சம்பழத்தின் மஞ்சளாக இருக்கும். அருள் படிப்பது “உலகைத் திருத்திய உத்தமர்கள் ”என்ற நூலாயின் பூபதி உலகப் பேரழகி கிளியோ ” என்னும் ஏட்டில் மூழ்கியிருப்பான். புராணக் கதைகளுக்குப் புது மெருகு தரப்பட்டுப் பொன் வண்ணத்தில் முகப்புச் சித்திரமும் தீட்டிய புதிய மொந்தையில் பழைய மது தரப்படுகிற தல்லவா ; அந்த மதுமயக்கத்தில் பூபதி ஆழ்ந்துவிடுவான். சந்திரனும் தாரையும், இந்திரனும் அகலியையும், கண்ண னும் ராதையும் இப்படிக் குவிந்தன அவனது நூலகத்தில் ஏடுகள்! தாபத்தால் தவிக்கின்ற தாரையின் உடற்கொதிப்பையும் உள்ளத் துடிப்பையும் ஒரு நொடியில் குளிரச் செய்த சந்திரனின் தழுவலிலே அவள் மெய் மறந்து கிடந்த விதந்தன்னை எப்படித்தான்

வர்ணிக்கிறானப்பா மாமேதையெனப் பாராட்டி மகிழ்வான் பூபதி!...

அந்த வேளை அருளோ, சந்திரனில் மனிதர் உண்டா என்ற ஆராய்ச்சி நூலிலே கருத்தைப் பதிய வைத்திருப்பான். இந்திரன் என்று தெரிந்த பிறகும் அகலிகை பேசாதிருந்தாள் எனக் குறிப்பிடும் திறமை காம நூல் வல்லார் ஒருவருக்கே ஏற்பட முடியும். இதுவரை பெற்றிடாத பெறற் கரிய இன்பத்தைப் பெறும்போது இந்திரனா? இழி மகனே! ... இது தகாது!" என இடித்துரைக்கும் செயல் அகல்யாவுக்கு ஏற்படாதது நியாயந்தான்!... என விமர்சனம் செய்வான் பூபதி! அவனுக்கு இந்தமாதிரி விமர்சனங்களைத் தன் நண்பனிடம் கேட்டுக் கேட்டுச் சலித்துவிட்டது. ஆனாலும் அவர்கள் நட்பு இதுபோன்ற வேறுபாடுகளால் தேய்பிறை ஆகவில்லை...மாறாக வளர்ந்தது....

தந்தைக்கு இயற்கையின் அழைப்பு நெருங்கிவிட்ட காரணத்தால் கல்லூரிப் படிப்பை அரைகுறையாக முடித்துக் கொண்டு அருள், கிராமத்திற்கே திரும்பினான். தந்தையின் கடைசி ஆசையை அவன் எப்படியும் நிறைவேற்றி வைக்க வேண்டிய நெருக்கடியில் தூக்கி எறியப்பட்டான். மகனை மனக்கோலத்தோடு பார்த்துவிட்டுத்தான் சாகவேண்டு மென்று தந்தை தவித்தார்.

கொள்ளிடத்திலே ஒரு பெண் இருப்பதாகவும் நல்ல அழகி யென்றும், ஆனால் அவள் தாயார் ஒருமாதிரியென்றும் அருளிடம் சில ஊர்ப் பெரியவர்கள் கூறினார்கள். சேற்றிலே செந்தாமரை - சிப்பியிலே முத்து - முள்ளிலே ரோஜா- என்று பலப்பல படித்திருக்கிற அவனுக்கு அந்தப் பெண் மீது வெறுப்பு ஏற்படவில்லை. அனுதாபம் பிறந்தது. தன்னுடைய வாழ்க்கைத் தவறுகளுக்கு, மகள் திருமணமாகாமல் தண்டனை அனுபவிக்கிறாள் என்று கவலைப்பட்டுக் கொண்டிருந்த கொள்ளிடம் கோமதியம்மாள் தன் பெண் பிரபாவை அவனுக்குத்

துணைவியாக்கச் சம்மதிக்காமலிருப் பாளா?... திருமணம் நிச்சயமாயிற்று.

தன்னுடைய சொந்தக் கிராமத்தில் இதுவரை தன் பார்வையில் படாமல் இவ்வளவு சிறந்த எழிலரசியொருத்தி யிருந்தது பூபதிக்கே ஆச்சரியத்தை அளித்தது. திருமணத் தன்று நண்பர்களிருவரும் ஒருவரை யொருவர் கட்டித் தழுவி ஆனந்தக் கண்ணீர் பெருக்கினர். எந்த வேறுபாடுகளும் - இதுவரையில் நண்பர்களுக்கிடையே எழுப்பாத ஒரு பெரும் புயலை இப்போது அந்தத் திருமணம் எழுப்பி விட்டது என்றுதான் கூறவேண்டும். தன் நண்பனுக்குத் திருமணம் ஆனதில் பூபதிக்கு மகிழ்ச்சிதான்! ஆனால்... அழகுப் பதுமையாக அச்சடித்த சிலைபோல....ஆரணங்கு ஒருத்தி அருளுக்குக் கிடைத்தது...அதன் மூலம் தன் உள்ளத்தில் ஒரு சூறாவளியைக் கிளப்புவாள் என அவன் எதிர் பார்க்கவில்லை.

நண்பனின் மனைவி, அவனுக்குத் தங்கை போல!...அவனும் அந்த எண்ணத்தை இழுத்து இழுத்துப் பிடித்து நிறுத்திப் பார்த்தான். அந்தக் கொள்கை இருத யத்திலேயிருந்து வழுக்கி வழுக்கி ஓடிற்று.

"அய்யோ அருள் எவ்வளவு தூய்மையானவன்! களங்கமில்லாது பழகுகிற நண்பனாயிற்றே....அவன் மனைவியைப்பற்றியா நாம் இப்படி நினைக்கிறோம்..." -பூபதிக்கு மனசாட்சி குடைந்தது!...புராணமோ இடையிலே நுழைந்தது! குருபத்தினி தாரையையே தாரமாக்கிக்கொண்டான் சந்திரன்...அவனுக்குத்தான் அனைவரையும்விட உயர்ந்த இடம்; சிவனாரின் தலையிலே! அண்ணன் மனைவியை கூடி மகிழ்ந்தான் சுக்ரீவன்.... அவன்தான் அயோத்தி ராமனுக்கு ஆருயிர்த் தோழன்!... பூபதி, துணிந்துவிடவில்லை. தாபமும் தணிந்துவிடவும் இல்லை. மணமக்களை வாழ்த்திவிட்டுக் கொள்ளிடத்திற்குப் புறப்பட்டான்.

சிலமாதங்களுக்குப் பிறகு, அருளின் தந்தை இறுதியாகக் கண்ணை மூடினார். அப்போது துக்கம் விசாரிக்க வந்த பூபதி, 'நீத்தார் நினைவு' முடிந்த பிறகும்கூட ஊருக்குப் போகவில்லை. நண்பனுக்கு ஆறுதல் அளிப்பதற்காக அங்கேயே தங்கிவிட்டான். அருள், வெள்ளை மனங் கொண்டவன். பூபதியின் உள்ளத்தில் மூண்டிருக்கிற நெருப்பை அவன் உணரவில்லை. பிரபா மட்டும் அதை உணர்ந்து கொண்டு வருந்தினாள். நெஞ்சிலே கொழுந்து விடும் தீ ஜுவாலை பூபதியின் கண்களின் வழியாக வெளி வந்தது அவளைப் பலமுறை சுட்டிருக்கிறது...

"அவர் ஏன் இங்கேயே இருந்து கொண்டிருக்கிறார்?... பணக்கார வீட்டுப்பிள்ளை...நம்முடைய வீட்டு எளிய உணவை எத்தனை நாளைக்குச் சகித்துக் கொள்ள முடியும்? ஊருக்கு அனுப்பிவையுங்களேன்!"- என்று கணவனிடம் ஜாடையாகச் சொல்லிப் பார்த்தாள். அதற்குப் பரிசாக அருளின் கோபத்தைத்தான் பெற்றாள்.

பூபதியின் உள்ளப் போராட்டம் அவனை வதைத்துக் கொண்டே யிருந்தது. தவறு செய்கிறோம் என்று தெரிந்தும் அதைச் செய்யாமலிருக்க முடியவில்லையே எனத் தன்னையே நொந்து கொண்டான். இயற்கையமைப்பு தனக்கு அப்படி யொரு பிரத்தியேக மன அரிப்பைப் படைத்திருப்பதாகவும் அதைத் தீர்த்துக்கொள்ள தான் தேர்ந்தெடுக்கும் மார்க்கம் சரியான தென்றும் சில சமயங்களில் முடிவுக்கு வந்தான். பிரபாவை அவன் காணாத நேரங்களில் அவ்வளவாகப் பித்தம் முதிர்வதில்லை. நண்பன் அருளுடன் ஆற்றோரம் செல்லும் போதும் மணல் மேட்டில் அமர்ந்து பழைய கதைகளைப் பேசும்போதும் "சே சே; நண்பனுக்குத் துரோகம் செய்யக்கூடாது!" என்று மனதுக்குள் சொல்லிக்கொண்டேயிருப்பான். வீட்டுக்கு வந்ததும், பிரபா உணவு பரிமாற வரும் எழிலைக் கண்டதும் மணல் மேட்டு முடிவுகள் மண்ணாகவே போய்விடும். பள்ளித்தோழன், பாசம் மிக்கான் - பற்றுடையோன் - அருகிருக்கிறான்; அவன்

அன்புத் துணைவியைப்பற்றி அற்ப எண்ணங்களை அலைய விடுகிறோம் என்ற பயங்கரத்தையே மறந்து விடுவான். அவளும் அவ்வளவு அழகாக இருந்தாள். உணவு பரிமாறும்போது அவனை யறியாமலே அவன் கண்கள் அவளைச் சுற்றும். அவளை அண்ணாந்து பார்ப்பதற்காக வேண்டி அடிக்கடி தண்ணீர் குடிப்பான். உறிஞ்சிக் குடித்தால் பார்வை மேலே போகாது என்பதற்காக மிகவும் சுத்தக்காரன் போலக் குவளையை மேலே தூக்கிக் குடிப்பான். அந்த இழி பண்பு தெரியாத அருள், "சும்மா எச்சில் செய்து குடிடா பூபதி!' என்று களங்கமின்றிக் கூறுவான். பூபதி அவளை ரசிப்பான். அருளோ, பூபதியின் இலையில் என்ன இல்லை என்பதைக் கவனித்து, அடிக்கடி பிரபாவைக் கூப்பிட்டு இல்லாததைப பரிமாறச் சொல்வான்.

செய்வது தவறுதான்! நன்றாகத் தெரிகிறது; பூபதிக்கு! அதற்காக வருந்தவும் செய்கிறான். அனுசூயா நிர்வாணமாகவே வந்து பரிமாற வேண்டும் என்று ஆசைப்பட வில்லையா மும்மூர்த்திகளும்!...அதைவிட இது பெரிய தவறா என்று முடிவுகட்டி விட்டான் போலும்!...

அருள், பணமில்லாமல் கஷ்டப்படுகிறான் என்பதையும் பூபதி புரிந்துகொண்டான். பண உதவி செய்தாலோ அருள் பெற்றுக்கொள்ள மாட்டான். அந்தச் சுபாவமும் பூபதிக்குத் தெரியும். வேலைகளுக்கு விண்ணப்பம் போட்ட இடங்களில் இருந்தெல்லாம் 'இல்லை' என்ற ஏகோபித்த பதிலே வந்தது. பூபதி, அருள் எதுவும் சந்தேகப்பட்டுவிடக்கூடா தென்றும் பயந்து ஊருககுப் புறப்பட்டு விட்டான். நினைத்தது நடக்க வில்லையே என்ற கவலையோடு !

அருளும், பிரபாவும் சாப்பாட்டுக்கே மிகவும் கஷ்டப் படுகிறார்கள் என்ற சேதியைப் பூபதியின் பண்ணைக் காரியஸ்தன் மூலமாகத் தெரிந்து கொண்ட கோமதியம்மாள் மருமகன் வீட்டுக்குப் போய்ச் சேர்ந்தாள். மருமகனுக்கு ஒரு வேலை கிடைக்கும் வரையில், மகள் கொள்ளிடத்திலேயே

வந்து இருக்கட்டும் என்று சொல்லி அழைத்துப் போய்விட்டாள். பிரபா, அருளைப் பிரிய மனமின்றி ஒரு நாள் இரவு முழுதும் அழுதாள். அருளோ, தன் நிலைமையை எடுத்துக் கூறி "எங்காவது வெளியே சென்று வேலைக்கு முயற்சித்து வெற்றியோடு வந்து உன்னை அழைத்து வருகிறேன், கவலைப்படாதே!" என்று உறுதி மொழி தந்தான்.

அதன்படி அருள் வேலை தேடிப் புறப்பட்டான்... ஒரு நாள் இரண்டு நாளல்ல; பல மாதங்கள் வேலைதேடி அலைந்தான்.

பிரபா, கொள்ளிடத்திற்கு வந்திருக்கிற சேதி கேள்விப் பட்ட பூபதி, அடிக்கடி அவள் வீட்டுக்குப் போய் அருளின் சுகத்தைப்பற்றி மிக அக்கரையோடு விசாரித்து வந்தான். பிரபாவின் தாயாருக்குப் பூபதியின் மீது மரியாதையும் அன்பும் அதிகமாயிற்று. பெரிய மனிதர் வீட்டுப் பிள்ளை, தன் குடும்பத்திலே இவ்வளவு அக்கரையாக இருக்கிறதே என்று வியந்தாள். அருளுக்கும், பூபதிக்குமுள்ள நட்பைக் கேள்விப்பட்டு, அவனைப் பரிபூரணமாகக் கோமதி நம்பியும் விட்டாள். பணமுடை ஏற்படுகிற நேரங்களில் பத்து, அஞ்சு என்று அவனிடம் கோமதியம்மாள் வாங்கிக்கொண்டாள்.

ஒரு நாள்...... சிதம்பரத்திலே மார்கழித் திருநாள். கோமதியம்மாள் வழுக்கி விழுந்தவளானாலும் பக்தி அனுஷ்டானங்களில் பெரும் ஈடுபாடு உடையவாள் ; மார்கழித்திரு நாள் காணுவதற்கு சிதம்பரத்திற்குப் புறப்பட்டாள். பிரபா வர மறுத்துவிட்டதால் அவளைத்தனியே விட்டு விட்டுக் கிளம்பினாள்.

கோமதி,சிதம்பரம் போயிருப்பதைத் தெரிந்துகொண்ட பூபதி, பிரபாவிடம் படையெடுத்தான். "அருளிடமிருந்து கடிதம் ஏதாவது வந்ததா?'' என்று விசாரணையைத் துவக்கி திடீரெனக் கதவைத் தாளிட்டு அவளது கரம்பற்றி இழுத்தான். பிரபா, கூச்சல் போட அஞ்சினாள். கூச்சல் போட்டு ஊர் கூடிவிட்டால் பெரிய மனுஷன் விரோதம் வருமேயென்று

நடுங்கினாள். அதனால், பணிவோடு பூபதியைப் பார்த்து, “நண்பருக்குத் துரோகம் செய்யாதீர்கள்!" என்று கெஞ்சினாள். பூபதியோ நெருப்பாக நின்று கொண்டிருந்தான்.
கதவை யாரோ தட்டும் சப்தம் கேட்டது. பூபதிக்குபீதி மேலிட்டது. எப்படியாவது ஓடிவிட வேண்டுமென்று கொல்லைக் கதவைத் திறந்துகொண்டு ஓடினான். தெருக் கதவைத் தட்டியது அருள் !...கொல்லைப்புறமாக யாரோ ஓடுவதை அருள் கவனித்தான். ஓடிப்போய்ப் பார்த்தான், பூபதிதான் என்பதைப் புரிந்துகொண்டான். தெருக் கதவு திறக்கப்பட்டது. அருளைக்கண்ட, பிரபா ஓடிப்பாய்ந்து அத்தான்" என்று தழுவிக்கொண்டாள். "விடு என்னை! நான் பூபதியல்ல!" என்று அவளை உதறிவிட்டு அருள் எங்கேயோ வேகமாக நடந்தான்.

இருண்ட வானத்தைப் பார்த்தவாறு நினைவுச் சுழலிலே சிந்தனையைச் சிக்கவைத்திருந்த அருள், தான் வரும் ரயில் வண்டி “கிள்ளை" என்ற புகைவண்டி நிலையத்திற்கு அருகாமையில் வந்துவிட்டதை உணர்ந்தான். அடுத்தது சிதம்பரம் அடுத்தது வல்லம் படுகை; அதற்கடுத்தது கொள்ளிடம்!.. ஏழெட்டு ஆண்டுகளுக்கு முன் பிரிந்து சென்ற தன் மனைவியைப் பார்க்கப்போகிறான். பூபதியின் ஆசை நாயகியாகி விட்டாள் என்று தவறான முடிவு செய்து நண்பன் மீதும், அவள் மீதும் ஆத்திரத்தைக் காட்டாமல் அமைதியோடு மலேயா நாடு நோக்கிப் பிழைக்க ஓடிவிட்ட 'பெருந்தகை' ஏழெட்டு வருடங்களுக்குப் பிறகு திரும்பி வருகிறான் மனைவியைச் சந்திக்க! ஏதோ ஒருவகையான இன்பப் பெருமூச்சு!.. அதோடு பெட்டியைத் திறந்தான் அருள். ஒரு நீண்ட கடி தத்தை எடுத்துப்படித்தான். அந்த வழிப்பயணத்தில் அதை அவன் பதினேழாவது தடவையாகப் படிக்கிறான்.

'அன்புள்ள அத்தான்! உங்கள் பிரபாவின் வணக்கம். பலமுறை யோசித்து யோசித்துக் கடைசியாக நான் செய்த முடிவுதான் இந்தக் கடிதம். நண்பன் உங்களுக்குத் துரோகியாகிவிட்டான். நானும் துரோகியாகிவிட்டேன். அன்றொரு நாள்

அப்பழுக்கற்ற என்மீது சந்தேகப்பட்டு, சந்தர்ப்பம் செய்த சதியால் எனக்குக் களங்கம் கற்பித்து பிரிந்தீர்கள். சுமார் எட்டு ஆண்டுகள் உருண்டுவிட்டன இந்த இடைக்காலத்தில் பிரபாவின் வாழ்க்கையிலே ஏற்பட்ட சுழற்சிகள் எப்படிப்பட்டவை; அதற்கு யார் காரணம் என் பதை நீங்கள் உணரவேண்டாமா?

மாசுபடிந்த ஒரு மாதாவின் வயிற்றிலேதான் பிறந்தேன். தாய் செய்த குற்றம் என் தலைமீது விழுந்து எனக்குத் தாலி கட்ட யாருமே முன் வராதபோது தாங்கள் வந்தீர்கள்; தெய்வம்போல! தேன் மணக்கும் வாழ்விலே என்றுதான் நம்பினேன். தீக்காடு சூழுமென்று எதிர்பார்க்கவில்லை. என்னைச் சந்தேகப்பட்டுத் தெளிவற்ற நிலையில் எதையும் தீர விசாரிக்காமல் போய்விட்டீர்கள். எங்கு போனீர்கள் என்றே தெரியாமல் தவித்தோம்.

இரண்டு ஆண்டுகள் ஏங்கிக்கிடந்தோம், நானும் என் தாயும்!... தங்கள் ஆருயிர் நண்பன் பூபதியும் தங்கள் இருப்பிடத்தைக் கூறவில்லை. நீங்கள் என்னைச் சந்தேகப்பட்டீர்களே, அன்றைய தினம் நடந்ததுதான் என்ன? ஆரம்பத்திலிருந்தே சொல்கிறேனே ;

மாமாவின் சாவின்போது ஊருக்கு வந்த பூபதி, சிதம்பரம் கல்லூரிக்குக்கூடப் போகாமல் நம் வீட்டில் தங்கியிருந்தானே: அது எனக்காகத்தான் !...அப்போதே அவனைப் பற்றி ஜாடை காட்டினேன்- என் மீது சீறிவிழுந்தீர்கள். அம்மா, தில்லைத் திருவிழாவுக்குப் போன நேரம் என்னைக் கெடுத்துவிட வந்தான். தக்க சமயத்தில் தாங்கள் வந்தீர்கள் கொல்லைப்புறம் ஓடினான். தாங்களோ அந்த நிகழ்ச் சியை வேறு விதமாகக் கற்பனை செய்துகொண்டீர்கள்.

இரண்டு வருட காலம் தங்களை நான் தேட...அவனோ என்னை நாடிவரத் தொடங்கினான். அம்மாவைப்பற்றித்தான் உங்களுக்குத் தெரியும். சீரழிந்தவர்கள்!...இந்த நிலையில்

அவர்களைக் காசம் பற்றிக்கொண்டது. அம்மாவைக் காப்பாற்றும் பெரிய பொறுப்பு என்மீது விழுந்தது. அம்மா குடும்பத்தின் க்ஷேமத்திற்கு அறிவுரைகள் வழங்க ஆரம்பித்தார்கள். அந்த உரைகளில் தூய்மை இல்லாவிட்டாலும், அம்மா உயிர்வாழ்வதற்கு அதை நான் கடைபிடிக்க வேண் டிய அவசியம் ஏற்பட்டது.

"பூபதிக்கு இணங்கிவிடடி என் கண்ணே!" என்று தாடையைப் பிடித்துத் தாய் கெஞ்சினாள் தன் நோயைப் போக்கிக்கொள்ளப் பணம் கிடைக்குமென்று ! பிறகு, நான் என்ன எழுத இருக்கிறது; அத்தான்!

நீங்கள் கூடப் பூபதிக்கு எழுதியதாக ஒரு கடிதத்தை என்னிடம் காட்டினான். அதில் எங்களிருவரையும் வாழ்த்தியிருந்தீர்கள்...அக் கடிதம் அவனுக்கு வரும்போதெல்லாம் நான் உங்களுடையவளாகத்தான் இருந்தேன். இரண்டு ஆண்டுகளுக்குப் பிறகுதான் அவளுடைய வெள்ளாட்டியானேன் ; வைப்பாட்டியானேன்! நேரம் காலம் ஓய்வு ஒழிச்சல் இல்லாத காமப் பதுமையாக அவனுக்கு நான் மாறினேன். அதன் விளைவாகக் காசு குவிந்தது. அம்மாவின் காசம் குறைந்தது. இதோ! அந்தக் காசம் என்னைத் தொத்திக்கொண்டது!... அம்மாவுக்குக் காசம் தீர நான் சம்பாதித்துக் கொடுத்தேன்-இப்போது எனக்கே -காசம் என்னைக் காப்பாற்ற எந்த வாரிசும் இந்த வீட்டில் இல்லை. எனக்குக் காசம் என்று கேள்விப்பட்ட மறுநாளே பூபதி விலகிவிட்டான்.

சென்னையிலே ஒரு நீதிபதி வீட்டுப் பெண்ணைத் திருமணம் செய்துகொண்டு, நிம்மதியாக வாழுகிறான். நானோ, நித்யகண்டம் பூரண ஆயுசாக இருக்கிறேன்!

அத்தான், தங்களுக்குத் துரோகம் புரிந்த நண்பனுக்கு வாரந்தோறும் தாங்கள் எழுதிய வாழ்த்துக் கடிதங்களைப் படித்தேன். அதிலிருந்துதான் மலேயாவில் தாங்கள்

விலாசத்தையும் தெரிந்துகொண்டேன். எவ்வளவு பெரிய உத்தமர் நீங்கள். உங்களுக்கு நான் எத்துணைப் பெரிய பாவம் புரிந்திருக்கிறேன். இனியும் என்னைத் தாங்கள், மனைவியாக ஏற்றுக்கொள்ளவேண்டும் என்று வேண்டவில்லை. நான் விரைவில் மறைந்துவிடுவேன். இந்த மண்ணைவிட்டு! அதற்குள் ஒரு முறை தாங்கள் முகத்தைப் பார்த்துவிட்டால் அதுவே, நான் செய்த குற்றங் களுக்குப் பிராயச்சித்தமாக இருக்கும்!

நான் தங்கள் காலடிகளை என் கண்ணீரால் குளிப்பாட்டி விட்டுக் கண்ணை மூடுவதில்தான் எனக்கு நிம்மதி!.... வருவீர்களா?

அன்புள்ள,
பிரபா.

கடிதத்தை மடித்துப் பெட்டியிலே வைத்தான், கண்கள் நீர்வீழ்ச்சிகளாக மாறின. தனக்குத்தானே சற்று உரக்க, ஆகாயத்தைப் பார்த்து, "உன்னை மன்னித்துவிட்டேன் பிரபா!'' என்று கதறினான். அந்த ஒலி புகை வண்டியின் ஒலியோடு காற்றில் கலந்தது.

வண்டி, சிதம்பரம் நிலையத்தில் நின்றது. அருள், ஜன்னல் வழியே வெளியே எட்டிப்பார்த்தான். யார் அது ? ..... பூபதி! ஆம் அவனே தான் - முதல் வகுப்பு வண்டியிலேயிருந்து எட்டிப்பார்த்தான். அருள் தன்னை மறந்துவிட்டான். "பூபதி" என்றவாறு, ஓடிப்போய் முதல் வகுப்பில் ஏறிக்கொண்டான், பூபதிக்கு ஒன்றும் புரியவில்லை அதற்குள் ரயிலும் புறப்பட்டுவிட்டது.

மௌனமாக இருந்த பூபதியைப் பார்த்து... யார் இது ?'' என்று பக்கத்திலேயிருந்த ஒரு பெண்ணைக் காட்டினான் அருள்!

"இதுதான் என் மனைவி!''

"ஓகோ...அப்படியா? . ! . ம்... என் மனைவி சௌக்கிய மாக இருக்கிறாளா பூபதி?"

.

பூபதி, திடுக்கிட்டான். முகம் வெளுத்தது! பூபதியின் மனைவியும் விழித்தாள் எதுவும் புரியாமல்!

"என்னடா விழிக்கிறாய்? என் மனைவிக்கு உடல் நிலை சரியில்லையாம் -அதைப் பார்க்கத்தானடா போகிறேன். இப்பொழுது அவள் உனக்கு வைப்பாட்டியாக இல்லையா?... சாறற்ற சக்கையாகி விட்டாளாக்கும்!"

"ஏய் அருள், போதும் நிறுத்து! என்ன உளறுகிறாய்?"

"அடப்பாவி; என்னிடமிருந்து அவளைப் பிரித்தாய்! நானும் அனுமதித்தேன், உன்னிடம் நட்பின் காரணமாக நான் ஒரு பயனும் பெறவில்லை. நானோ மானத்தையே நட்புக்காகப் பரிசளித்தேன்! பரிசளிக்கப்பட்ட பொருள் எவ்வளவு விலை உயர்ந்தது! அதையாவது காப்பாற்றினாயா பாவி ! ...

வெள்ளிக்கூஜா நசுங்கிவிட்டால் உருக்கிப் புதுக் கூஜா செய்துகொள்வார்கள். நீயோ, கூஜாவையே குப்பையில் எறிந்துவிட்டு இன்னொரு கூஜா வாங்கிவிட்டாய் அவ்வளவு பணத் திமிர் உனக்கு!"

அருளின் பேச்சிலே ஆத்திரம் குமுறியதைப் பூபதி உணர்ந்து,நடுங்கினான்.

"என்னிடமும் வாழவிடாமல் நீயும் வாழ வைக்காமல் பிரபாவைக் கெடுத்துவிட்டாய்..... இதுவரையில்தான் நீ எனக்கு நண்பன்-இனி என் எதிரி! எதிரி!" என்று அலறியவாறு இடுப்பில் செருகியிருந்த ஒரு கத்தியை எடுத்துப் பூபதியின் நெஞ்சிலும் வயிற்றிலும் முகத்திலும் மாறி மாறிக் குத்தினான் அருள்...

.

பூபதி, சுருண்டு விழுந்தான் மூச்சற்று!...அதற்குள், பூபதியின் மனைவி, அபாயச் சங்கிலியைப் பிடித்து இழுத்தாள். ரயில் நின்றது. கொள்ளிடம் பாலத்தைத் தாண்டி!...ரயில் நின்றவுடனே அருள் குதித்து ஓடினான்; இருளில் திசை தெரியாமல்!...

அதோ... ஒரு வெளிச்சம்...அங்கு ஓடினான்...சுடுகாட்டில் ஒரு பிணம் எரிந்துகொண்டிருந்தது. அந்த நெருப்பு வெளிச்சத்தில் அவன் சட்டை முழுதும் ரத்தக்கறையாக இருப்பதைக் கண்டான். அதோடு ஊருக்குள் ஓடினால் கொலைகாரனைக் கண்டு பிடித்துவிடுவார்கள் என்று பயந்து, சட்டையைக் கழற்றி அந்த நெருப்பின் மீது வீசினான். பிணத்தைப் பொசுக்குவதற்கு அந்த சட்டையும் பயன்பட்டது.

அங்கிருந்து பிரபாவின் வீடு நோக்கி ஓடினான். கோமதியம்மாள் வாசலில் உட்கார்ந்திருந்தாள் வானத்தைப் பார்த்தவாறு!... விளக்கு 'மினுக் மினுக்' என்று எரிந்து கொண்டிருந்தது!

"அத்தே; பிரபா எங்கே?..." 'என்றான். கோமதி யம்மாள் ஓவென அலறினாள்..,

"தம்பி... பிரபா, இன்று காலையில் போய் விட்டாள்.... இரவு பத்து மணிக்குத்தான் என் கண்மணியின் உடலுக்கு நெருப்பு மூட்டினார்கள்'' என்று வயிற்றிலும் வாயிலும் அடித்துக்கொண்டாள்!...

அப்படியானால், அருள், ரத்தக்கரை படிந்த சட்டையைக் கழற்றிப் போட்டது பிரபாவைப் பொசுககும் நெருப்பின் மீதுதானா?...

அவளைப் பொசுக்கிய இரு நெருப்புகளுமே அணைந்து விட்டன..

....

அருள் மட்டும் அலைந்து கொண்டிருந்தான்.

வேணியின் காதலன்

இரவு எட்டுமணி, பட்டாளத்து ஆஸ்பத்திரி பெண் வார்டில் நர்ஸ் சூர்யா தன் கடமைகளை பரபரப்புடன் கவனித்து வந்தாள். அவளுடைய எண்ணம் ஏதோ ஒரு பொருளின் மீது லயித்துப்போய் ஊசலாடிக் கொண்டிருக்கிறது என்பது மட்டும் நன்றாகப் புரிந்தது.

இளமையின் அழகு ஒளிவிடும் அவளது முகத்திலே கவலையின் ரேகைகள் படிந்திருப்பது மிகத்தெளிவாக யாராலும் தெரிந்துகொள்ளத் தக்கதாய் இருந்தது. நோயுள்ள பெண்மணிகளுக்கு சிகிச்சைகள்-உபசாரங்கள் நடத்திக் கொண்டிருந்த அவளது முகத்திலே அழகான சிவந்த உதடுகள் முணுமுணுத்தபடியிருந்தன. ‘‘ஏ ஆண்டவனே! அவரை எப்படியாவது காப்பாற்று! அவருக்காகவே நான் உயிர்வாழ்கிறேன். அவர் என் ஜீவகாதலை இன்றைக்கு மறுத்தாலும், என்றைக்கோ ஒருநாள் ஏற்றுக்கொள்ளத் தான் போகிறார். அதுவரையில் நான் காத்திருக்கிறேன். அதுவரை அவரையும் வாழவிடு ! அதன் பின்னும் எங்களை வாழவிடு!" இதுதான் அந்த எழிற் பெண்ணின் பிரார்த்தனை. அவள் பிரார்த்தனையினூடே பட்டாளத்து சார்ஜண்ட் குண்டப்பன் அங்கே பிரவேசித்தான். நர்ஸ் சூர்யா அவனுக்கு மரியாதை செய்து வரவேற்றாள்.

"எப்படியிருக்கிறாள் வேணி?" இது குண்டப்பன் கேள்வி.

‘‘பூரண சுகம்-நல்ல ரெஸ்ட் வேணும். அவ்வளவு தான்!" சூர்யா சொன்னாள் இப்படி.

குண்டப்பன் பேசிக்கொண்டே அவள் படுக்கையண்டை போய் நின்றான். "வேணி!" என்று அழைத்தான். நோயினால் முணகிக் கொண்டிருந்த வேணி, அவனைக் கண்டதும்

கண்களை மூடிக்கொண்டு வேறு பக்கம் திரும்பிப் படுத்துக்கொண்டாள். இரண்டு மூன்று நாட்களாய் பிரக்ஞையற்றிருந்து, இன்றைய தினம் கண் விழித் திருக்கும் வேணி, குண்டப்பனைக் கண்டதும், வேறு பக்கம் திரும்பிப்படுத்துக்கொண்டது சூர்யாவுக்கு ஆச்சர்யத்தைத் தான் அளித்தது. அவள் அதைக் காட்டிக்கொள்ளவில்லை. குண்டப்பனும் நிலைமையை சமாளித்துக்கொண்டு- சூர்யாவிடம் - "சரி - நான் வருகிறேன்'' எனக் கூறியபடி அவளிடம் ஏதோ ரகசியம் கூற வேண்டுமென்று ஜாடை காட்டி தனியாக அழைத்தான். சூர்யாவும் அந்த ரகசியத்தை ஆவலுடன் எதிர்பார்த்தாள்.

" சூர்யா! வேணி ஜாக்கிரதை! ஓடிவிட்டாலும் ஓடி விடுவாள்!" என்று கூறிவிட்டு அவன் வேகமாகப் போய் விட்டான். சூர்யாவுக்கு ஒன்றுமே புரியவில்லை.

ஓடிவிடுவாளா? ஏன் ? எதற்காக சார்ஜண்ட் அப்படிச் சொன்னார்? அப்படியானால் யார் இவள்? இதுபோன்ற கேள்விகளின் அடிமையானால் சூர்யா. குழப்பத்திலே எதுவும் வேலை ஓடாமல் தன் மேஜையண்டை போய் உட்கார்ந்தாள். சிந்தனை அதிகமாயிற்று. வேணியின் கட்டில் பக்கம் திரும்பிப் பார்த்தாள். திடுக்கிட்டாள். காரணம், வேணி அங்கில்லை. அவள் அந்தக் கூடத்தைவிட்டு அப்போது தான் வெளியே நழுவிக்கொண்டிருந்தாள். சூர்யா ஒரே பாய்ச்சலாகப் பாய்ந்தோடி வேணியைப் பிடித்துக்கொண்டு "எங்கே ஓடுகிறாய்?'' என்று அதட்டிக்கேட்டாள்.

" அம்மா - என்னை விட்டுவிடுங்கள். உங்களுக்குக் கோடி புண்யமுண்டு.'- அந்த யுவதி அழுதாள்.

சார்ஜண்ட் உத்திரவில்லாமல், உன்னை விடுவதா?- முடியாதம்மா முடியாது!"

'சார்ஜண்ட்-அவர் யாரம்மா? எனக்கு உத்திரவிட! எனக்கு உத்திரவிட வேண்டிய உத்தமர் ஊமையாகக் கிடக்கிறார் தாயே! வேண்டுமானால் எனக்கு கொஞ்சம் விஷத்தைக் கொடுத்துவிடுங்கள் - அந்த விரியன் பாம்பிடம் என்னை ஒப்புவிக்காதீர்கள்."

"நன்றாயிருக்கிறது நியாயம். உன்னை நம்பியிருக்கிற ஒருவரை இப்படியா ஏமாற்றுவது? உன் உடம்பு சுகமாக வேண்டுமென்று குண்டப்பன் எவ்வளவு கஷ்டப்படுகிறார்?"

"ஆமாம்-என் உடம்புதான் அவனுக்குத் தேவை. அதற்காக கஷ்டப்படுகிறான். கனி, அழுகிவிடாமல் காப்பாற்றுகிறார்களே, ஏன்? அதன்மேல் உள்ள கருணையாலா? இல்லை-அதை சுவைத்துத் தின்ன வேண்டுமென்ற காரணத்தால்! அந்த வகையைச் சேர்ந்தவனம்மா இந்த வஞ்சகன்!" "ஏன் அவர் மீது சீறிவிழுகிறாய்? நீ அவருக்கு வைப்பாட்டிதானே!'-கேட்டாள் சூர்யா.

அய்யோ! சொல்லாதீர்களம்மா! அப்படி இன்னொரு முறை சொல்லாதீர்கள், கேளுங்கள் தாயே என் கேலிக் கதையை! புண்ணாகிப்போன உடல்களை கண்ணாகக் காத்து வரும் புனிதவதியே, வெறியனின் கோர விளையாட்டால் கந்தல் கந்தலாக பிய்த்தெறியப்பட்ட என் வாழ்க்கைச் சரிதத்தைக் கேளுங்கள். ।।' । ளத்திலே ஒரு சிப்பாய் அவர்தான் என் பாசத்திற்குரிய கணவன். அவரைப் படாத பாடு படுத்தி என்னையும் பஞ்சணைக்கு இழுக்கிறான் பாவி- குண்டப்பன். அவர் சிப்பாய்தான்-ஆனால் காருண்ய சீலர் தாயே! என் மூச்சிலே கலந்துவிட்ட ஜீவன் அவர். என் கண் எதிரிலேயே அந்தத் தடியன் அவரைத் தாக்கினான். எனக்கு தலை சுற்றியது. கந்தா, கந்தா என்று கதறிக் கொண்டு தரையில் விழுந்துவிட்டேன். அவ்வளவுதான் எனக்குத் தெரியும். விழித்துப் பார்த்தபோது நான் ஆஸ்பத்திரியில் இருக்கிறேன்."

"கந்தன்!"

ஆமாம், அம்மா, ஏன் உங்களுக்கு அவரைத் தெரியுமா?" "சமீபத்தில் பட்டாளத்தில் சவுக்கடி தண்டனை கிடைத்ததே"- அவரா?

"ஆம் தாயே அந்த நிலவுதான் என் லட்சிய கீதம். அவரைத்தான் துவளத் துவள அடித்தான் அந்த துன் மார்க்கன் .... துவளத் துவள அடித்தான் - நான் தொத்தி விளையாண்ட தோள்கள்... என் கண்ணைப் பொத்தி விளை யாண்ட கரங்கள் சண்டாளனின் சவுக்கு நுனியால் கொத்தி விளையாடப்பட்டன. அவர் கண்களிலே ரத்தம் வழிந்தது விடவில்லையம்மா அந்தக் கொடியவன் - அவருக்கு நேராகவே என்னைக் கொஞ்சினான். கோர மொழி பேசினான். கூண்டுக் கிளி ஆக்குவேனென்றான். அதற்குத்தான் தாயே அவசரப்படுகிறான். என் சுகத்தைப்பற்றி அக்கரைப்படுகி றான். அம்மா என்னை விட்டுவிடுங்கள். உங்கள் உடன் பிறந்தவளாயிருந்தால் ஒரு துளி கண்ணீரைக் கண்டதும் துடிக்கமாட்டீர்களா? அம்மா ... என்னைக் காப்பாற்றுங்கள். இல்லாவிட்டால் உங்களை விடமாட்டேன்"-கெஞ்சினாள் வேணி. சூர்யாவுக்கு மூளை குழம்பியது. விழிகள் சோர்ந்தன.

கந்தன் - தற்போது வேணியின் கணவன், ஒரு காலத்தில் சூர்யாவின் சிந்தை கவர்ந்தவனாக இருந்தான். அப்போதெல்லாம் சூர்யாவின் குடும்பம் செல்வத்திலே மிதந்தது. சீரும் சிறப்பு மிக்க மாப்பிள்ளைகள் சூர்யாவின் வீட்டு வாயிலிலே காத்திருந்தார்கள். அந்த தனவந்தர் வீட்டுப் பெண் எப்படி தரித்திர நாராயணனாம் கந்தனுக்கு மாலையிட முடியும்? புரோகிதர் குறித்த நல்லதோர் நாளில் சூர்யா குட்டிப்பட்டி முதலியாரின் மகனுக்கு மனைவியானாள். சூர்யா அக்கினி சாட்சியாகத்தான் மணந்தாள். மணப் பந்தலில் அம்மி மிதித்து அருந்ததியைத்தான் சந்தித்தாள். இருந்துமென்ன? பத்தே மாதத்தில் சூர்யா விதவையாகி

விட்டாள். பாவம். சூர்யாவைச் சுற்றி வீசிய சூறாவளி அதோடு நின்றதா? சொத்து சுகத்தை யெல்லாம் ஹைகோர்ட்டின் படிக்கட்டுகளைக் கடப்பதிலேயே அவள் அப்பா கழித்துவிட்டார். அது மட்டுமா ? குறுக்கு வழியிலே வந்த செல்வம் யாருக்கும் சொல்லிக்கொள்ளாமல் குறுக்கு வழியாகவே சென்றுவிட்ட கவலையில் அவரும் மண்டையைப் போட்டுவிட்டார்.

அப்பாவை அடக்கம் செய்துவிட்டு, மறுநாளே சூர்யா நர்சிங் பள்ளியில் சேர்ந்தாள். அப்போதெல்லாம் அவள் அருமருந்தாம் கந்தனைச் சந்திக்கலாம்; கந்தர்வ லோகத்திலே உலவலாம் என்று கனவுகூட கண்டதில்லை. மனிதன் நினைப்பதைப் போலவா எல்லாம் நடக்கின்றன ? கந்தன் ஆஸ்பத்திரிக்கு நினைவிழந்துதான் வந்தான். சூர்யாவின் நினைவிலே மீண்டும் புகுந்துகொண்டான்.

இந்த நேரத்திலேதானா தன் காதலுக்கோர் போட்டிக் காரியாக வேணி முளைக்கவேண்டும் ? யார் இந்த வேணி? எப்படி அவள் கந்தனுக்கு மனைவியானாள்? என்பனவற்றை கேட்டறிய வேண்டுமென்று சூர்யாவுக்கு ஆசைதான். ஆனால் இவைகளை யெல்லாம் விசாரித்துத் தன் வேதனையை அதிகரித்துக்கொள்ள அவள் விரும்பவில்லை.

தன் மென்தோள்களிலே துயில் கொண்ட கந்தனை வேறொரு பெண்ணாம் வேணி உரிமை கொண்டாடுவதா?- சூர்யாவால் வேணியின் காதல் போட்டியை நினைத்துப் பார்க்கவே முடியவில்லை.

ஆசைக் கனவுகளை புதுப்பித்துக் கொள்ள சூர்யாவுக்கு ஒரே ஒரு வழிதான் இருக்கிறது. ஆமாம். மருந்து மருந்து கொடுப்பதுபோல வேணிக்கு விஷம் கொடுத்து கொன்றுவிடலாம்... பின்னர் கந்தன் வேணியை மறந்து விடுவான்..... இடத்தை பின்னர் சூர்யா பிடித்துக் கொள்ளலாம்

அருமையான யோசனை தான்! சூர்யாவின் மென்மை இருதயமோ இந்தக் கோர நினைப்பால் நைந்துபோனது.

பிளாரென்ஸ் நைட்டிங் கேல்களின் அரும்பெரும் தொண்டுகளால் ஏற்றம் பெற்ற நர்ஸ் தொழிலுக்கு, கேவலம், ஒரு காதல் விவகாரத்துக்காக களங்கம் கற்பிப்பதா? சூர்யாவின் உள்ளம் ஒரு போர்களமாகியது. அவளையறியாமலே வாய்மட்டும் முணுமுணுத்தது.

அவள் வாழட்டும் வேணியின் வாழ்வு புத்துயிர் பெறட்டும். அந்த தியாகச் சின்னம் இப்படித்தான் மொழிந்தது. மலர்ந்திருந்த அவளுடைய செந்தாமரை முகம் இறுகிப் போன அல்லிமொட்டுப் போலாயிற்று. சோகத்தின் மின் வேகத் தாக்குதலால் அவளுடைய உதடுகள் கருத்துப் போய் வெடிப்பு விழுந்தது.

"எழுந்திரு! கலங்காதே; அவருக்கு நான்தான் சிகிச்சை செய்கிறேன் " துக்கம் தோய்ந்த குரலிலே ஆறுதல் கூறினாள் சூர்யா.

சூர்யாவின் இந்த வாய்மொழி கேட்டதும், வேணியின் முகத்திலே மகிழ்ச்சியின் சாயல் படிந்தது. "எப்படியம்மா இருக்கிறது இப்போது? பேசுகிறாரா? வேணி என்று என் பெயர் சொன்னாரா?"

"ஆமாம், ஒரு நாள் உன் பெயரைச் சொல்லிப் புலம்பினார்."

“புலம்பினார்! என் ராஜன் புலம்பினார்! எங்கேயம்மா இருக்கிறார் இப்போது?'.

"அவர் பட்டாளத்து ஆஸ்பத்திரியில் தான் இருக்கிறார். நான் கூட சிறிது நேரத்தில் போகவேண்டும் சிகிச்சை செய்ய!"

'அம்மா கவனித்துப் பார்த்துக்கொள்ளுங்கள் அவரை. என் சிந்தையில் சித்திரமாகிவிட்டவருக்கு சிகிச்சை செய்யும் அந்தக் கைகளைக் கொடுங்கள், கொடுங்களம்மா கொடுங்கள்" நர்ஸ் சூர்யாவின் பூக்கரங்களைப் பிடித்துத் தன் கண் களில் ஒத்திக்கொண்டாள் வேணி!

"வேணி!"-இதயத்தின் அடித்தளத்திலிருந்து பெரு மூச்சின் துணைகொண்டு உதிர்த்தாள் சூர்யா. அவனது கடைக் கண்களின் ஓரத்தில் அரும்பு விட்டிருந்த கண்ணீர் மார்பகத்தில் விழுந்தது.

"வா வேணி, உன் கண்ணிறைந்த அந்த மன்னவரை காட்டுகிறேன் வா" என்று கத்திக் கொண்டே வேணியின் கையைப் பற்றி இழுத்தாள் சூர்யா, அப்போது ஆண்கள் வார்டிலிருந்து ஒரு தள்ளுவண்டி வந்து கொண்டிருந்தது.

"ஏன் மிஸ்டர் தாமோதர், எந்த 'பெட்' பேஷண்ட் இவர்? என்ன ஆச்சு?" என்று வண்டியைத் தள்ளி வந்த வரைப் பார்த்துக் கேட்டாள் சூர்யா.

நீ இரக்கப்பட்டு, இரவும் பகலுமாய் பாதுகாத்து வந்தாயே அந்த ஆசாமிதான் சூர்யா இவர் !

ஆள் 'பினிஷ்' ஆகிவிட்டான்.

"ஆ! கந்தனா? வேணி! நம் நெஞ்சு புகுந்துவன் செத்துவிட்டான் வேணி!" தரையில் சாய்த்தாள் சூர்யா.

ஐயோ, என் வாழ்வைத் துண்டித்த சண்டாளா, குண்டப்பா! கந்தா! கந்தா! கந்தா! வேணி தள்ளு வண்டியில் விழுந்தாள் - மண்டை உடைந்து ரத்தம் சிமிண்டுத் தரையை சிவப்பாக்கியது. அந்த செங்குருதியிலே, வேணியின் கருங்கூந்தல் துவைந்து கிடந்தது.

அமிர்தமதி

எரிமலை ஆகிவிட்டதப்பா என் நெஞ்சம் தாங்கமுடிய வில்லை இந்த வேதனையை என்னால்! தாய்க்குப் பிள்ளையில்லை யென்கிறார்கள். எதையாவது சொல்லிவிட்டுப் போகட்டும்; அந்தப் பிள்ளையையாவது ஒழுங்காக வளர்க்கிறார்களா என்றால், அதுவுமில்லை; அதை சித்திரவதை செய்து சீரழிக்கிறார்கள். எப்படியப்பா சுமக்க முடியும் இந்த சோகச் சுமையை! சொல் சுந்தர்; நீயே சொல்! சுவையான செய்திகளையே உன்னோடு தினம் தினம் பேசியிருக்கிறேன்; இன்று உன்னையும் அழவைக்கும் செய்தியைப் பேசுகிறேனேயென்று என்மீது வருத்தப்படாதே- சகோதரா! சகிக்க முடியவில்லையடா இந்தக் கொடுமையை ! என் இருதயச் சுமையை உன் கனிவான மொழியொன்றினால் மட்டுமே குறைக்க முடியும் என்று எனக்குத் தெரியும். ஆனாலும் இந்த நிகழ்ச்சியைப் பொறுத்தவரை நீயும் தோற்றுவிடுவாய்! அப்படி நொந்து போயிருக்கிறேன் நான்.''

"அன்பா! அழாமல் பேசு-முதலில் விஷயத்தைச் சொல்! அப்படி யென்ன வராதது வந்துவிட்டது?"

''வராதது வந்துவிடவில்லை - வழக்கமாக வஞ்சகர்கள் செய்யும் வேலைதான் இது! ஆனால் இது, இதுவரை நடக்காத இடத்திலே நடந்து விட்டது !''

"மாமானார் வீட்டிலா?"

"குடும்ப விஷயமில்லை சுந்தர் நான் பேசுவது! கொந்தளித்துக் குமுறிவிட்ட கோர நிகழ்ச்சியடா இது!''

"பிறகு யாராவது நண்பர்களிடம்?''

“நண்பர்களா? சகோதரா!- நண்பர்களைப் பற்றித் தான் நாமிருவரும் ஒரு நல்ல முடிவுக்கு வந்து பல நாளாகிறதே!- நாசம் நடந்து விட்டது- நடக்காத இடத்திலே நடந்துவிட்டது!"

"புரியும்படி சொல்-என்னையும் குழப்பாதே!"

“திருடி விட்டார்கள்!”

‘“ எதை?

"பணத்தையா ?"

“பணம் போனால் என்ன அதைப் பற்றி நான் என்றைக்கடா இப்படி கவலைப்பட்டிருக்கிறேன் ?"

"பிறகென்ன ; குழந்தையின் முத்தாரமா?"

'அது அந்த திருடனுக்குத் தேவையில்லை போலும் ?'

"பிறகு எதைத்தான் திருடினான்? யார் அந்தத் திருடன்-அதைச் சொல்!"

"திருடன் பெயரைச் சொன்னால் நீ நம்பமாட்டாய்- நானும் நம்பவில்லை முதலில்! இப்போதுதானப்பா உள்ளம் கொதிக்கிறது! மகனைப் பறிகொடுத்த தாயின் வயிறுகூட இப்படி எரியாதப்பா!"

“சரிதான் -ரத்தக் கண்ணீரே விட ஆரம்பித்து விட்டாய்!"

“அது தானப்பா என் கதை!-கண்ணீர் குளமாகத் தான் மாறிவிட்டது என் வாழ்கை!"

"நீ இப்போது சொல்லப் போகிறாயா இல்லையா? கடைசியாகக் கேட்கிறேன், விபரத்தைச் சொல்!”

"என் எழுத்தைத் திருடிவிட்டார்கள்!"

"என்ன ?"

"யசோதரா காவியத்தைத் தழுவி ஒரு கற்பனைச் சித்திரம் வரைந்தேனே தெரியுமா உனக்கு?"

ஆமாம், சொன்னாய்! நான் படித்துப் பார்க்கவில்லை-- அந்தக் கற்பனைக்குத் தலைப்புகூட "சுகம் எங்கே" என்று அமைத்திருந்தாய் அல்லவா!"

"அதுதான் சகோதரா! சூதர்களால் களவாடப்பட்டு விட்டது!"

"தலைப்புதானே !"

"அல்ல! அல்ல! தலைப்பைப்பற்றியல்ல நான் பேசுவது! கருத்துக்களும் உரையாடல்களும் களவாடப் பட்டுவிட்டன பாவிகளால்!"

"பதறாதே!"

"நான் என்றைக்காவது இப்படிப் பதறிப் பார்த்திருக் கிறாயா? என் அன்பு உருவான தந்தையின் பிணத்தைப் பார்த்தபோது கூட மரம் போலத்தானே நின்றேன்- அழுதேனா? பதறினேனா? சுந்தர்! உனக்குத்தான் தெரியுமே; என் இதயராணி இல்லறத்தின் விளக்கு இமைகளைத் திறச்சாயல் மூடி இறப்புலகம் ஏகிவிட்ட நேரத்தில் கூட வாய்விட்டுக் கதறவில்லை நான்! அமைதி யாகத்தான் நின்றேன்- பட்டமரம்போல் ஆனேனே தவிர பதறவில்லையே சகோதரா! அப்பா! அப்பா! என அழைத்துத் தாவிய என் செல்வன் செத்து விட்டபோதும் கண்ணீர் உகுத்திடவில்லை-கலங்கினேன் - கதறிடவில்லை! அதுவும் தெரியும் உனக்கு! அருமைச் சகோதரனே! இப்போது நான் பதறுகிறேன்-துடிக்கிறேன் !

இதை நான் மறைத்திட விரும்பவில்லை. கழுத்திலே அரிவாள் பாய்ந்திருந்தால் தலைவேறு முண்டம் வேறாகப் போயிருக்கும்! இந்த அரிவாள் இருதயத்தைக் கொத்திவிட்டதடா என் சுந்தர்! அலறுகிறேன்-இந்த உலகத்தின் காதிலே விழட் டும் என்ற நினைப்பிலே கூவுகிறேன் -கூச்சலிடுகிறேன்!- கூடாது! கோழைபோல் அழக்கூடாது, என்று நீ கூறுகிறாயா?- என் ஒருவனின் கண்ணீர் அந்தப் பாதகர்களின் பாராங்கல் மனத்தைக் கரைத்துப் பண்படுத்திவிடும் என்ப தால் அல்ல நான் அழுவது! பழம் கிடைக்கும் அழுதால் என்று குழந்தை நினைக்கிறதே அது போலவோ ; பலன் கிடைக்கும் அழுதால் என்று பாசாங்குக்காரி நினைப்பாளே- அது போலவோ அல்ல நான் அழுவது! மண்டையைப் பிளந்தால் ரத்தம்தானே கொட்டுகிறது---அது போலத் தான் கண்ணீரும் கொட்டுகிறது. என் கண்ணீருக்கு சக்தி யிருக்கிறதோ இல்லையோ--- அதைப்பற்றி ஆராய்ச்சி எனக் குத் தேவையில்லை---நான் அழுகிறேன் ---இல்லை---அழும் நிலைமைக்கு ஆளாக்கப்பட்டு விட்டேன்!''

"மிகவும் புண்பட்டிருக்கிறாய்--கொஞ்சம் நிம்மதியாக-மௌனமாக இரு!"

"முடியாது சுந்தர்! என் இருதய பாரம் குறைய வேண் டும்---ஏதாவது பேசிக் கொண்டேயிருக்கிறேன்--- பித்தன் என்று கூறுவாய்! கூறிக்கொள்! கவலையில்லை!"

"நானும் சேர்ந்து உன்னோடு அழுகிறேன்-விஷத்தையாவது புரியும்படி சொல்!"

"அதுதான் சொன்னேனே; யசோதரா காவியத்தைத் தழுவி "சுகம் எங்கே?" என்று ஒரு கற்பனைக் காவியம் தீட்டினேன். அதிலே உள்ள என் உரை நடைகளை தீவட்டிக் கொள்ளை அடித்துவிட்டார்கள் தீயவர்கள்!'

"அந்தத் தீயவர்கள்தான் யார் என்று கேட்கிறேன்- அதைச் சொல்லுங்கள் முதலில்!"

"யசோதரா காவியத்தில் வரும் அமிர்தமதி என்ற அரசியைவிடக் கொடியவர்களப்பா அந்த திருடர்கள்!"

"அமிர்தமதி! யசோதரா காவியம்! நான் எதுவுமே படித்ததில்லை -நீ என்னிடம் வந்து உதாரணம் காட்டு கிறாய்!"

"யசோதரா காவியம்--நீ படித்ததில்லை? ஐஞ்சிறுங் காப்பிய வரிசையிலே உள்ள தல்லவா அந்தக் காவியம்! அவந்தி நாட்டு மன்னனின் வரலாற்றைக் கூறும் சமண சமய நூல்! சுந்தர்! அதிலே வரும் அமிர்தமதி என்ற பாத்திரத்திற்கும் என் எழுத்தைத் திருடிய எத்தர்களுக்கும் கொஞ்சமும் வித்தியாசமில்லை! சுருங்கச் சொல்லப்போனால் இந்த சம்பவத்துக்கும் யசோதரா காவியத்திற்கும் நிரம்பத் தொடர்பு உண்டு!"

"சரி! அதையாவது புரியும்படி சொல்லு!"

"யசோதரன் அவந்தி நாட்டு மன்னன். அவனது பட்டத்து ராணி, அமிர்தமதி. ராணியின் மனதறிந்து மகிழ்ச்சியளிக்கும் மன்னன்தான் யசோதரன். சுந்தரரூபன். சுகுமாரன். நாட்டுக்கு அதிபதி! அத்தகைய செங்கோ லேந்தியின் சிற்றின்பக் கூடாரத்தை அலங்கரிக்கக் கூடிய பாக்கியம் அந்த சிங்காரி அமிர்தமதிக்குக் கிடைத்திருந் தது, மன்னவனின் மஞ்சத்து மயில் என்றால் சாதாரணமா? தாதிகள் உண்டு! தயவு கேட்டு நிற்கப் பல சேவகருண்டு தங்கம் கலந்த உணவை உண்டு-- அங்கம் பூரிப்பு கண்டு-- காதல் மிஞ்சுதே சேடி--காவலனைக் கூப்பிட்டு வாடி என்று அழைத்த கணமே அவர்கள் ஓடி--- ஆடிப்பாடி அரசனை அழைத்து வருவர். ஆனை மேல் அம்பாரியா? அணி தேர்ச்சவாரியா? பூனை ரோமத்தால் மிதியடியா? புலிப் பாலா? புரவிக் கொம்பா? எது கேட்பினும் தருவர் அதற்கெனவே எடுபிடிகள் ஏராளமாக உளர்! இந்தச்

செல்வாக்கின் மத்தியிலே செல்ல நடை போடும் சேயிழை யாள் அந்த அமிர்தமதி!"

"ஆகா பிரமாத வர்ணனை! சொல்லு! சொல்லு! இன்னும்

(தன் தோழன் சொல்ல வந்த சோகச் சேதியை மறந்து--- காவியத்தின் சுவையிலே லயித்து விட்டதை சுந்தர் உணர்ந்தான்---ஆகவே, மீண்டும் காவியத்தைத் தொடரத் தூண் தூண்டினான்.)

அழகி அமிர்தமதியும், அரசன் யசோதரனும் ஒரு நாள் அந்தப்புரத்தில் இன்ப கேளிக்கையில் ஈடு பட்டனர்.

"ஓகோ! ஒய்யாரமான கட்டமே இப்போதுதான் ஆரம்பம் போலும் --- சொல்லு சோதரா, சொல்லு!"

"கட்டிற் காவியம் எழுதி முடித்தனர் --- கண் அயர்ந்தனர்."

"சரிதான், சுருக்கமாக முடித்து விட்டாய் --- பிறகு -- காலையில் எழுந்தனர்; அவ்வளவுதானே!"

"இல்லை---இல்லை---அரசன் தூங்கும் சமயம், ராணி கண்விழித்தாள். ஆமாம்! மலர் விழித்துக்கொண்டது; வண்டோ தூங்கிக்கொண்டிருந்தது. விழித்த சமயம் அந்த இரவில் ஒரு இனிய கானம் அவள் காதில் ஒலித்தது!"

"சரி!"

'கானம் வந்த பக்கம் கருத்தைச் செலுத்தினாள். அந்தக் கானம் எழுப்பியவனை கட்டித் தழுவவேண்டுமென்று துடித்தாள்!"

"அய்யய்யோ!---அப்புறம்!"

"மறுநாள் தன் தோழி குணவதியை அனுப்பினாள்; அர்த்த ராத்திரியிலே பாடியவன் யாரென்று அறிந்துவர! தோழியும்

போய் அவனைக் கண்டாள். இசை எழுப்பியவன் ஒரு யானைப்பாகன். அவன் எப்படிப்பட்ட அழகுடையவன் தெரியுமா? தோழி வாயிலாக கவிஞர் கூறுகிறார் கேள்!"

'நரம்புகள்விசித்த மெய்யன், நடையினிற் கழுதணிந் தோன், திரங்கியவிரலன், கையன், சிறுமுகன், சினவன், சீறிற் குரங்கினையனையன், கூனன். குழிந்து புக்கழிந்த கண்ணன்' இன்னும் பலவாறாக அவனது விகாரங்களை வர்ணித்து அவன் மீது ஆசை ஆசை வைப்பது தகாது என்று ராணியிடம் தோழி கூறுகிறாள் - அமிர்தமதியோ அவன் எப்படியிருந்தாலும் கவலையில்லை. அவனை அணைத்து மகிழத்தான் வேண்டும்" என்று பறக்கிறாள்.

கனியிருப்பக் காய் பறிக்கலாமா அம்மா! சகல அழகும் பொருந் திய அரசர் பெருந்தகையின் மனைவியாகிய நீங்கள், கேவலம் குரங்கைப் போன்ற - ஒரு சாக்கடை மனிதனை கொஞ்சிக் குலாவ விரும்பலாமா தாயே! என்றெல்லாம் குணவதி தடுக்கிறாள். ஆனால் அரசியோ, அவன் எப்படியிருந்தால் எனக்கென்ன ; அவன் நல்ல இசைவாணன் அவன் அணைப்பிலேதான் சுகம் இருப்பதாக நான் உணருகிறேன் என்று கூறியதோடு, அந்தப் பாடல் கற்ற யானைப் பாகனையும் வலிய இழுத்து, அணைத்து மகிழ்ந்தாள். நாளொரு மேனியாக அந்த நாய்க் காதல் வளர ஆரம்பித்தது. ஒரு நாள் அரசனே அவர்களது காதல் களியாட்டத்தைத் தூர நின்று பார்த்துவிட்டான். அப்போது என்ன நடந்தது தெரியுமா ? அரசன் எந்தக் காட்சியைக் கண்டான் தெரியுமா? வழக்கமாக யானைப்பாகனை சந்திக்கும் அமிர்தமதி அன்று சற்றுத் தாமதமாக அவனிடம் வந்து விட்டாளாம். அதற்காக அந்த யானைப் பாகன் – அட்டபங்கன் என்னும் பெயருடைய அந்த அவலக்ஷணம், அமிர்தமதியின் அழகுக் கருங் கூந்தலை கையால் இழுத்து எறிந்து, அவளைக் கீழே தள்ளி, இரு கைகளாலும் நையப் புடைத்து ஏன் காலம் தாழ்த்தி வந்தாய் என்று கனல் கிளம்பக் கேட்கிறான்.

கட்டளையிட்டால், காதம் - யோசனை - என்ற தூரம் ஓடி காரியமாற்றிடும் பணியாளர்களின் தலைவி-- மண்டலாதிபதியின் மனைவி-ஒரு அழுகிய உடல் படைத்த யானைப் பாகன் தன்னை திட்டி அடிப்பதிலே சுகம் காணுகிறாள்.

அவள் மலர் பாதங்களை அர்ச்சிக்க ஆயிரம் பேர் காத்திருப்பர் - அவள் அந்தப் பாகனின் கால்களைத் கண்ணில் ஒத்திக்கொண்டு காலந் தாழ்ந்தமைக்கு மன்னிப்பு கோருகிறாள். இதைக் கண்ட மன்னன் வெகுண்டான். தனக்குத் தடையாக வந்த மன்னனுக்குத் தந்திரமாக நஞ்சு கலந்து அவனையே தீர்த்துக்கட்டிவிட்டாள், அந்தப் பாகனின் பாட்டிலே சுகம் கண்ட பாதகி. அந்தப் பாதகிக்குப் பெயர் அமிர்தமதி! இதுதான் யசோதா காவியத்தின் சுருக்கம்!" சுந்தர்,

"நன்றாயிருக்கிறது - சந்தனத்தை மறுத்து சாக்கடையிலே சுகங்கண்ட ராணியின் கதை நன்றாயிருக்கிறது! இந்தக் காவியத்திற்கு நீ "சுகம் எங்கே" என்று பெயர் வைத்தது மிகவும் பொருத்தம்."

"இப்போது புரிகிறதா-என் எழுத்தைத் திருடியவரும் அந்த அமிர்தமதியும் குணத்தால் ஒருவரே என்பது! கேள் சுந்தரம்! பேச்சை மாற்ற வேறு பக்கம் திரும்பாதே! காவியத்தில் வரும் அமிர்தமதி- அரசனைவிட்டு யானைப் பாகனைத் தேடுகிறாள்- அந்த விகாரியுடன் விபச்சாரமும் நடத்துகிறாள். நல்லது கசக்கிறது நாசம் இனிக்கிறது அவளுக்கு! அவளைப் போலத்தான் என் எழுத்தைத் திருடியவருக்கும் தேன் கசக்கிறது! - ஆமாம் சகோதரா! திருட்டுத் தனம் இனிக்கிறதாம்.

"யார் என்று தான் சொல்லேன்!"

"சொன்னால் நம்பமாட்டாய்! அவ்வளவு நல்லவராய் இருந்தார்- யாரோ அவரை விஷமாக்கி விட்டார்கள். அய்யோ அவர்கள் வாழமாட்டார்கள்! மூளையை உருக்கி செய்த கற்பனைகளை உழைக்காமல் எடுத்து விழுங்கிவிட்ட எத்தர்கள் அதிக நாள் வாழமாட்டார்கள்! வியர்வை சொட்டச் சொட்ட, விலாவிலே வலி கொட்டக் கொட்ட, விழி மூடாமல் வேலை செய்து நான் உருவாக்கிய தழுவல் இலக்கியத்தை பாடுபடாமல் எடுத்து, வாயிலே போட்டுக் கொண்டவர்களுக்கு நல்லதொரு தீர்ப்புக் கிடைக்காமல் போகாது!"

"உம்! பேசாமலிரு! அலட்டிக்கொள்ளாதே!"
"என் நிலைமையிலே இல்லை-அதனால் அப்படிச் சொல்கிறாயா?"

"நானும் நீயும் ஒன்றுதானே - வேறு வேறா?"

அப்படியானால் இதற்கு என்னதான் வழி ? அதையாவது சொல்!-இந்த அக்ரமத்திற்கு அழிவே கிடையாதா?

"ஏன் கிடையாது! நீ சொன்னாயே கதை- அதிலே இருக்கிறதே முடிவு! அமிர்தமதி தன் சுகம் எங்கே யென்று தேடிக்கொண்டாள் கணவனையும் கொன்றாள் ஆனால் அந்த அற்ப புத்திக்காரி காவியத்திலே களங்கம் நிறை அவமானச் சின்னமாக ஆகிவிட்டாளே - அதை அந்தக் கைகாரியால் மாற்ற முடிந்ததா? அதேபோல் உன் எழுத்தை திருடியவர்களும் அவமானத் தோட்டத்திலே பூத்துவிட்ட எருக்கம் பூவாகி விடுவார்கள் பயப்படாதே!'

'சுந்தர் நீதான் எனக்கு ஆறுதல்!"

"கவலைப்படாதே! அந்த எழுத்துக் கொள்ளையர் யார்? அதைச் சொல்லு!"

"பிறகு சொல்லுகிறேன்-இப்போது என்னால் பேச முடியவில்லை!"

★ ★ ★

9 788198 443816

Printed at Repro India Ltd.